Mioyo Iliyojeruhiwa Na Mabenchi Tupu Kanisani

Mwongozo Wa Kibiblia Kushughulikia Mpasuko Kanisani

F. Wayne Mac Leod

Light To My Path Book Distribution
Sydney Mines, N.S. CANDAD B1V 1Y5

Mioyo Iliyojeruhiwa na Mabenchi Tupu Kanisani

Haki miliki © 2018 na F. Wayne Mac Leod

Haki zote zimehifadhiwa. Hakuna sehemu ya kitabu hiki yaweza kuzalishwa au kuhamishwa katika namna yoyote ile bila idhini ya mwandishi.

Nukuu za maandiko zilizowekewa alama ya {NIV} zimechukuliwa kutoka kwenye Biblia takatifu, Toleo jipya la Kimataifa ®, NIV® Toleo la ©1973,1978,1984,2011 na Biblica, Inc., TM iliyotumiwa kwa idhini ya Zondervan. Haki zote zimehifadhiwa ulimwenguni mwote. www.zondervan.com

"NIV" na "Toleo jipya la Kimataifa" Ni nembo za kibiashara zilizosajiliwa Marekani patenti na nembo ya kibiashara kwenye ofisi ya Biblic, Inc.TM

"Nukuu za maandiko zilizowekewa alama ya {ESV} zimetoka ESV® Biblia {Biblia Takatifu ya kingereza, ya toleo la kingereza® haki miliki ya ©2001 na huduma ya habari Njema ya wachapishaji ya Crossway. Iliyotumika kwa ruhusa. Haki zote zimehifadhiwa"

Nakuu za maandiko kutoka iliyoidhinishwa na toleo la {King James Version}. Haki hiyo iliidhinishwa katika nchi ya Marekani zimewekwa na Crown zinazalishwa chini ya ruhusa ya Crown, Chuo Kikuu cha Cambridge.

Yaliyomo Ukurasa

Utangulizi 5

1 - Uhakika wa Migawanyiko na Mipasuko 7

2 - Kwa Nini Watu Huyahama Makanisa Yao? 11

3 - Je, ni Haki Wakati Wowote Kulihama Kanisa Lako? 21

4 - Je, Kuna Upande Mzuri Kwenye Mpasuko wa Kanisa? 31

5 - Wakati Mgawanyiko Hauzuiliki 41

6 - Uponyaji Toka Mpasuko Wa Kanisa 51

UTANGULIZI

Masomo yangu ya Kimisheni yalianzia kwenye kanisa la ng'ambo ambalo lilikuwa likipitia matatizo yenye umuhimu ya mgawanyiko miongoni mwa wanachama wake. Hiyo isingekuwa uzoefu wangu pekee ambao ningekuwa nao katika Huduma. Ni mara nyingi nimekuwa nikiitwa kufanya kazi na makanisa ambayo yamepitia nyakati za matatizo. Shauku yangu katika somo hili, kwa uhakika, inakuja kutokana na nyakati hizo na ilikuwa kwenye njia yangu kuyachambua masuala ambayo yalizoeleka katika siku hizo, natazamia mimi sio peke yangu katika hili.

Kitabu hiki kiliwekwa katika kompyuta kwa zaidi ya miaka kumi. Nilidhania niliihitaji muda kuendelea kuchambua hisia zangu na maumivu. Kwa sababu Fulani, siwezi kuzielezea kwa wengine. Ninaamini haya yaliyomo humu aliyonipa Bwana yatakuwa baraka kwa wale watakaosoma.

Nini kinasababisha watu kuyakimbia makanisa yao? Je, kuna sababu ya msingi yoyote kulihama kanisa/Je, Mipasuko yote ndani ya makanisa ni mibaya? Utaondoka namna gani kwenye kanisa kama utaona kuondoka kwako hakuepukiki? Je utajipo nya namna gani kutokana na mihemuko na maumivu ya kiroho ambayo yamekuja kutokana na mgawanyiko wenye hali ngumu sana kwa waumini? Haya no baadhi ya maswali ambayo nitayazungumzia katika kitabu hiki. Sina matumaini ya kujibu maswali yote ambayo msomaji anayo. Hili sio lengo la haya masomo. Huwa nafanya, au kuelekeza wasomaji baadhi ya kanuni ambazo zitawaelekeza wasomaji kwenye kanuni za msingi ambazo zinaweza kuwasaidia kwa kadri wanavyotafuta kuongozwa na Bwana kwenye hali zao.

Naweza kuwa na matumaini pekee kwamba mrejesho wa hiki kitabu unaweza kuwafariji wale ambao wameumizwa kutokana na kuyaaacha makanisa yao au ambao wamewaona watu wakiyaacha makanisa yao kwa sababu mbali mbali. Bwana apewe sifa kwa kutumia kitabu hiki kuwaongoza na kuwafariji watu wake kwa mtazamo huu.

F. Wayne Mac Leod

SURA YA 1 - UHAKIKA WA MIGAWANYIKO NA MIPASUKO

Nyakati hizi ambazo tunaishi zinaweza pia kwenda chini katika historia kama nyakati za mgawanyiko na mpasuko wa makanisa. Wakati ujumbe wa injili unavuka tamaduni na vipaumbele vya kisiasa katika namna ambao hazililinganishwi na kizazi chochote kabla yetu, hakukuwa na makanisa mengi na vikundi vingi vya wakimbiaji. Katika toleo la 14th, June 1996 Toleo la Street Journal, Calmetta Y. Coleman salisema kwamba, Kila dhehebu limetoa taarifa ya kupoteza wastani wa makanisa 29 kwa mwaka kwenda kwenye makundi mengine. Aliendelea Kusema:

Hata miongoni mwa madhehebu yaliyojikita mizizi, Swichi ya moto huu inatokea. Wapo Makanisa ya Wabaptisti wamekuja Presbyterian, Makanisa ya Walutherani wamekwenda Karismati, Makanisa ya Wapentekosti wamegeuka kuwa Episcopo nk. Idadi ya Makanisa kuhamahama yamefikia mamia, na wataalamu wa masuala ya kidini wanasema mbio zake zinaongezeka {Coleman, Caalmetta Y.A., "Charismatic church inayoshughulikia wahubiri wanaotafuta imani mpya", The Wall Street Journal, 14th, June 1996: A7}

Katika miaka yangu ya huduma, Nimeona migawanyiko mingi ya namna hiyo. Uanzishaji wa kazi yangu nje ya umisheni ilikuwa moja ya mambo ya kuleta utengamano kwa kanisa lililozimishwa na mgawanyo. Tatizo la ushahidi haiangalii inakwenda wapi hapa ulimwenguni. Mengi kwa ukuaji kwa jinsi tunavyojua kwa leo yamefungamanishwa na tabia ya fungu moja yaani "Kujizidisha kwa kujigawanya" Chukua muda kidogo kuiangalia historia ya kanisa lako. Kuna ushahidi gani wa mpasuko katika historia yake? Kuna ushahidi gani wa hili katika historia ya dhehebu lako? Katika moja ya miji ambayo tulifanya kazi, kanisa lilipasuka katika makundi matatu na na kuelekea kuigawanya miji. Kwa muda mfupi, moja ya hivi vikundi kiliingia kwenye mpasuko wa pili, kikiunda pia kanisa la nne {Kwa wakati huu hilo lilikuwa dhehebu jingine}. Jumla ya washiriki katika makanisa yotehaya manne yalikuwa chini ya washiriki mia nne. Tulipokwenda pale miaka mingine iliyofuata baadaye, waumini walikuwa bado wanang'ag'ana na akili zilizochanganyikiwa na kutupana wakitoa matokeo ya mpasuko. Mawili kati ya Makanisa haya yalikuwa yakihangaika ili yaweze kuendelea kuwepo.

Ninajua miji miwili ambako makanisa mawili au matatu ya dhehebu moja yako katika kuchunguzana kila moja na mwenzake. Kila mmoja alijenga jengo kubwa la kutosha kuwabeba wote, lakini waumini hawakuweza kamwe kuwa na msukumo wa kujiunga, hakuna aliyekwenda mbele zaidi kuona ushahidi wa mgawanyiko.

Migawanyiko sio daima ni makosa. Mara nyingi, Ni mpango wa Mungu wa kulisafisha kanisa. Mpasuko wa kanisa, hata hivyo, mara nyingi huacha makovu. Wakati mwingine muumini anamgeukia muumini na kusababisha uchungu na uhasama wa miaka. Mgawanyiko huu unaweza kuzuia ushuhudiaji wa Wakristo wetu ndani ya jamii.

Ni kipi husababisha migawanyiko? Je, daima kuna sababu nzuri ya kulihama kanisa? kama mpasuko ni kitu kisichozuilika, ni nini tunaweza kufanya ili kupunguza uharibifu utakaosababishwa? Katika somo hili, tutaangalia maswali haya muhimu. Ni matamanio yangu kuwa masomo haya yatakufariji na kukuongoza kwa wengi ambao waliopitia au wale wanaopitia mapambano haya.

KWA KUFIKIRIA:

Ni ushahidi upi wa migawanyiko na mipasuko katika jamii ambako unaishi/ni zipi zilikuwa sababu zake?

Je, Kuna sababu yeyote wakati wote wa waumini wa kanisa kwenda kila mmoja na njia yake tofauti, Ni zipi hizo?

KWA MAOMBI:

Chukua muda kidogo kumshukuru Bwana kwa ajili ya ushirika wa kanisa lako. Mshukuru kwa baadhi ya baraka maalum ambazo amekupatia katika ushirika huo?

Mwombe Bwana kujidhihirisha kwa kuporomoka kanisa lako ambako kunahitaji kuwekwa wazi na kusaidiwa kwa njia ya kimungu?

Mwombe Mungu awasaidie waumini wa kanisa lako kutembea kwa nguvu ya umoja?

SURA YA 2 - KWA NINI WATU HUYAHAMA MAKANISA YAO?

Ni kipi kinachosababisha makanisa kupasuka? Kwa nini watu hujihisi Kuwa wanahitaji kuyaacha makanisa yao? Kuna sababu nyingi kwa hili. Hebu na tuchukue muda kidogo kuchunguza baadhi ya sababu:

MAFUNDISHO:

Kuna aina ya mafundisho ambayo tunatakiwa kuyawekea msimamo thabiti. Binafsi, Huwa nayachukua mafunzo matatu karibu na moyo wangu. Naamini kwamba kama tutatakiwa kuwa na ushirika wa kweli na wengine tunatakiwa kukubaliana na Mamlaka ya neno la Mungu. Kama hatulioni neno la Mungu kama mamlaka yetu, hatuna msingi wa kutambua ni kipi ambacho Mungu anakitarajia kutoka kwetu na hatutakuwa na Msingi wa pamoja ambao utaamua imani na matendo yetu. Kitu cha pili, tunatakiwa kusimamia imara mafundisho ya wokovu kwa neema pekee. Kukataa haya mafundisho ni kuitupilia mbali kazi ya Bwana Yesu Kristo. Wale wanaohubiri injili nje ya Kristo, wanamhubiri injili nyingine.

Kitu cha tatu, Tunatakiwa kuweka uungu wetu kwa Kristo. Tunatakiwa kutambua kuwa Yesu ni yule aliyesema Yeye Ndiye. Kuna mambo mengine, ambayo pia nina msimamo imara. Naamini haya mafundisho yaweze kusimama kwa uzito mkubwa kwenye neno la Mungu na kuyaweka kwa upendo kwenye moyo wangu. Mambo haya. Hata hivyo, sio kiwango ambacho tunaweza kupima ushirika wa kweli. Ingawa ninayo maoni yangu kuhusiana na kile biblia inafundisha kuhusiana na siku za mwisho. Niko huru kabisa kufanya ushirika na wengine ambao hawashikilii nafasi niliyonayo. Watu wengine wanaona hii kama kuwabembeleza. Sijawahi kuhisi kuwa nimeibembelezesha imani yangu hata kuhisi kwamba kwa wale ambao tunaabudu ni wadhaifu kwa sababu hawaoni maandiko kwa namna ambayo mimi naona. Ninao ushirika wa kikristo mkubwa mno pamoja na hao wasioamini ninapofanya mambo mafundisho Kuna watu ambao hawatashirikiana na watu wengine ambao hawaamini sawasawa kama wao wanavyoamini. Wanaonekana kuamini kwamba umoja huja kutokana na kuwa na kauli ya pamoja ya mafundisho. Wanaweza kuwa si chochote mbali na ukweli Umoja wetu huja kwa ukweli kwamba tumeokolewa kwa neema na kujiunga na familia ya Mungu. Hatuhitaji kukubali kitu kingine chochote ili kuwa watoto wa Mungu au kuabudu pamoja. Miaka michache iliyopita, Nilikuwa sehemu ya waombaji wa kiinjili wa Kimataifa wasiofungamana na dhehebu lolote. Kama Kikundi, tulishuhudia umoja na ushirika wenye hisia na mvuto mkubwa katika Kristo. Bwana alilitumia kundi hili katika maisha ya wengi Watu binafsi kutoka mafundisho na imani mbalimbali ambazo waliamini ni za kweli walikuja pamoja kwa misingi kwamba mwokozi wao ni mmoja. Tulikua katika upendo na kutambua kuwa ni nini ushirika wa kweli unahusu. Kwa upande mwingine, Niliona makanisa yamejazwa na watu ambao wote wakikubaliana kwenye kauli mbiu ya mafundisho ya pamoja, ambayo asinge pata siku zote. Kile ninachosema ni hiki, Kuwa watu ambao huyaacha makanisa, kwa sababu hawataki nafasi ya kanisa kwenye mafundisho yaliyozama ndani. Tunatakiwa kujifunza mafundisho haya na kuwa na maoni yetu. Kulihama kanisa kwa sababu kukubaliani na mafundisho yaliyozama ndani hata hivyo, inawezekana tunakwenda kwa ndani ikawa tunawaaminisha watu uongo Mtu anaye lihama kanisa kwa sababu ya utofauti wa mafundisho dhaifu, anaweza anataka kulinda usafi wa mafundisho, lakini kwa uhakika, Sababu tofauti sana. Labda wanaondoka kwa sababu hawajisikii kushirikiana na mtu mwingine ambaye anayeamini sawasawa na wao wanavyofanya. Kulipasua kanisa kwa kutumia utofauti wa mafundisho dhaifu pekee inathibitisha kuwa hatujajifunza kukubali na kupendana na kila mmoja ambaye tuko tofauti

MTINDO WA IBADA

Swali la kuabudu ni kubwa sana. Katika miaka ya karibuni, Tumeona mgawanyiko wa makanisa mengi kuhusiana jambo hili. Vijana wadogo wanahitaji kuimba miziki ya kisasa. Wazee wao hufurahia midundo ya kiasili inayoimbwa kanisani. Baadhi hupendelea ya kawaida iliyopangiliwa vizuri wakati wengine wangependelea ibada isiyo na mpangilio maalum. Ni kanisa gani ambalo halijakumbana na hali hii katika siku zetu?

Wanaokuja kuabudi wengi wao huwa hawafurahishwi na aina fulani ya kuabudu. Tunatakiwa kwa njia yoyote ile kutafuta kanisa ambalo hutufanya tujisikie furaha wakati wa kuabudu. Kwa upande mwingine, Tumekwisha kuona uchungu, uhasama na uadui unaojengeka kuhusiana na jambo hili. Mpasuko kwa utaratibu wa ibada inahitaji kuchunguzwa kwa umakini sana. Mara nyingi tatizo huwa sio mtindo wa kuabudu kama kuziabudu mila au mpasuko wa uasi na kiburi Watu wanaoliacha kanisa kwa sababu ya mtindo wa kuabudu wanahitaji kujiuliza wenyewe iwapo wanaliacha kwa sababu ya Mungu au kwa sababu zao binafisi. Je, wanaliacha kwa sababu Mungu hajapewa utukufu, au mambo yao binafsi yamedharauliwa. Ni kitu kimoja kitulifu, acha kanisa hili yafuta kanisa jingine ambalo utafurahia zaidi. Ni kitu kingine kusababisha migawanyiko na machungu ya namna ambayo waumini hupendelea kumwabudu Mungu.

MAZOEA

Ni vipi kwa kanisa ambalo linapaska kwa sababu mchungaji hakuwa na furaha kwa kufanya mwaliko? Wakati mchungaji alikuwa akihubiri kwa imani neno la Mungu, wengi walitafsiri kukataa kwake kutoa mwaliko kama kukosa kuwajibika kwa roho zlizopotea. Nimewahi kuona kanisa likipasuka kuhusiana na kama muumini mwaminifu anaweza kushiriki kwenye vikundi vya jamii. Yote haya pia yanahitaji kuchunguzwa kwa makini. Ni wazi kutoka kwenye ulimwengu wa Mungu kwamba wakristo hawawezi mara nyingi kukubali. Paulo na Barnaba walilazimika kutengeneza ubia wa muda baada ya mabishano makali waliyokuwa nao na Yohana Marco {angalia Mdo 15:36-41}.

Wakati kufanya pamoja ina. Weza kuwa ni kitu cha lazima katika nyakati fulani, tunatakiwa kuwa na uhakika kuwa sio kwa sababu ya roho kufanya yasiyovumilika na kiburi. Kumbuka kwamba watu wote wa agano jipya, Yesu alizungumza kwa nguvu sana dhidi ya Mafarisayo {"waliotengwa"}. Hawa walijiona wenyewe kama wenye kiroho kuliko mtu mwingine kwa sababu ya kusimamia kwa umakini sana mitindo na mazoea ya dini. Kwa macho ya Mungu, hata hivyo, hawakuwa wazuri kuliko mtenda dhambi wa kawaida.

KUTOKUKUBALIANA JUU YA MAAMUZI:

Wote tumesikia watu wanatishia kuhama kanisa kupitia juu ya maamuzi yaliyofanywa na uongozi. Hebu na tuwe wapole juu yetu wenyewe. Wewe uko katika kundi la wachache kama utakuwa unakubaliana na kila uamuzi unaopitishwa katika kanisa lako. Tumesikia kuhusiana na kanisa lililopasuka kutokana rangi ya makapeti ya patakatifu. Nimeabudu katika kanisa ambalo lina matundu kwenye bati na liko wazi kwenye ukuta wa madirisha. Pia nimehubiri kwenye gereji ya gari ndogo ambayo haina sakafu wala ukuta. Nyakati hizi ibada zinafanywa mubashara kama zinafanyika kwenye majumba ya kifahari. Nje ya huu mtindo wa mpasuko mara chache ni mpasuko kwa wenye kiburi waliojeruhiwa. Hakutukupata cha kwetu hivyo tuaamua kuondoka. Wakati mwingine tunatishia kuondoka ili tupate cha kwetu. Hii kwa hakika sio sababu inayokubalika ya kulihama kanisa.

UTAWALA WA KIBINAFSI:

Kitu kingine ambacho kinaweza kufanyika kataka mpasuko wa kanisa ni suala la kukamata kila kitu mtu mmoja katika kanisa. Watu wana tabia za kawaida za kufuata. Watafuatana kama kondoo kwa mtu yeyote binafsi wanae mtazamia kama kiongozi. Kwa wakati ambao kiongozi huyo atakuwa kwenye mgogoro na kanisa zima, Atakapokuwa anaondoka, wafuasi wake wataondoka pamoja naye. Kwa muda viongozi wa namna hii hupata maono mapya ya kazi. Muda mfupi wamewavutia wengine kuwafuata wao. Wakati maono mapya au mwelekeo unaweza kuwa mzuri, tunatakiwa kujiuliza sisi wenyewe ni nani tunayemfuata. Je, tunawafuata viongozi tunaowategemea au ukweli tunaongozwa na Mungu?

KUBADILI UANACHAMA USHIRIKA

Kama familia ya wamisheni niliyekuwa nafanya kazi ng'ambo, tulipata nafasi ya kutembelea makanisa mengi. Kwa miaka mingi, tumeona mizizi ya watu kwenye makanisa ikibadilika. Watu wanakuwa wazee na kufa. Watu wengine wanahama kwenye jamii, na hapo hapo wengine wanaingia kwenye jamii hiyo. Tuliporudi kwenye makanisa tuliyowahi kuytembelea, tulikuta watu wengi sana ambao hatuwajui. Marafiki wa zamani waliondoka. Kwenda kwenye makanisa mengine, Kwa sababu ya kukosa vijana, tulichagua kuwa hudumia wazee. Bado wengine walitaka kuvuta kundi la vijana. Tulianza kuhisi tuko nje ya sehemu katika kanisa letu wenyewe. Mabadiliko haya yalikuwa makubwa sana kuyasimamia na yalifanya watu kuondoka kwenda kwenye makanisa mengine.

Ni muhimu kwetu kutambua, hata hivyo, kubadilika tabia kwa waumini ilikuwa sio sababu ya kuondoka. Wakati mrafiki wa zamani hawatakuwa karibu. Hakukuwa na kitu ambacho kingetuzuia sisi kutengeneza marafiki wapya. Huu urafiki mpya unaweza kuwa na thamani kama ule wa zamani. Wakati flani uliopita nilikuwa nafundisha kipindi cha biblia kanisani. Kijana mmoja kutoka Mkoa mwingine, alipita akitokea kwenye biashara kuja kwenye mkutano. Baadhi ya wtu walimwendea baada ya Mkutano na kumwomba msamaha kwa sababu ya kutokuwa na mtu wa umri sawa na yeye katika Mkutano {watu waliokuwepo wengi wao walikuwa wastaafu}. Huyo bwana alijibu kwa kusema kwamba kuwaona wazee wengi katika kanisa hilo ni kitu ambacho kimemti moyo sana. Kanisa lake analosali yeye limejaa vijana. Wamekuwa na hamu ya kuwaona wazee wakija kwa Kristo lakini wamekuwa hawafaulu kufafanya hivyo. Kabla ya kulihama kanisa kwa sababu kubadilisha uanachama wako, jiulize mwenyewe kama je huu pia ni mpango wa Mungu. Mungu na akupe majukumu maalum ya kufanya katika kanisa hiki linalobadilika.

HALI YA KUCHOSHWA:

Wengine huondoka kanisani kwa sababu ya kuchoshwa na hali. Wanawaona watu walewale ndani na nje ya wiki. Hakuna kinachoonekana kubadilika kanisani mwao. Wanaujua utaratibu wa ibada ndani na nje. Wamechoka kuimba nyimbo zile zile. Ujumbe naotolewa umekuwa ukionekana hauna jambo jipya kwao. Wanahisi anahitaji kubadilisha. Wote tunayajua makanisa ya aina hii. Tatizo, hata hivyo, Je, haya makanisa yanahitaji maisha pia. Kama ni hivyo watu wenye nguvu huondoka kutafuta malisho yanayofurahisha, Ni wapi watu hawa wanalihama kanisa? Ingekuwa vipi kama Bwana angekufanya wewe kufanya mabadiliko ndani ya kanisa?

Moja ya matatizo ambayo tunatakiwa kuyashughulikia kwenye maeneo yetu ya kazi wakati tunafanyia mazoezi nidhamu ya makanisa ilikuwa tabia ya watu kuondoka kanisa na kujiunga na jingine bila hata ya kulishughulikia tatizo lililoko mkononi. Hii ni kama mtu anamsema kwa bosi wake, "Huwezi ukanifukuza mimi, Niko vizuri. "Kwa namna nyingi, Hii ni kama kukataliwa kwa wale ambao waliochini ya nidhamu kupelekwa kwenye Mamlaka ya kanisa. Kuliacha kanisa kwa sababu umepewa adhabu itakuwa ni kosa. Kama nidhamu ya kanisa inatawaliwa kwa makini, hutegemea uzuri wa mtu anayehusika. Ni busara kupeleka shida yako na kuisuruhisha badala kuondoka na tatizo lako na kulipeleka kwenye kanisa jingine.

KUDANGANYIKA KIFIKRA:

Wakati fulani watu huja kanisani na matarajio makubwa. Wana mawazo makuu kuhusiana na ushirika. Wakati wanagundua watu katika knisa hili wana matatizo kama kanisa walilotoka, huwa wanahisi kudanganyika kifikra. Wote tumewahi kukutana na watu ambao huhama kutoka kanisa moja kwenda jingine. Wakitafuta kanisa kamilifu. Wanapokutana na baadhi ya matatizo katika kanisa huondoka na kwenda kanisa jingine. Ni kama mtu mmoja alivyosema, "Kama utapata kanisa kamilifu, usijiunge nalo, utakuwa na uhakika wa kurijeruhi"

Hakuna hata mmoja kati yetu ambaye ni mkamilifu. Asili ya mwanadamu ni kwamba matatizo na mogogoro haiepukiki katika kanisa lolote. Huwa najihisi kwamba ninahitaji kulilinda kanisa langu, wakati watu watakapo linyooshea vidole kuhuiana na kutokuwa kamilifu. Naweza nikajua jukumu peke yangu. Bwana ananifundisha mimi, hata hivyo, sababu iliyomfanya atuweke makanisani ni kushughulikia migogoro hii. Kulihama kanisa kwa sababu ya kudanganyika kifikra kushindwa kutambua asili ya ubinadamu. Unatakiwa kutegemea matatizo na migogoro. Nilikuwa siku moja nikizungumza na mtu aliyeniambia mimi kwamba, vitu alivyovihitaji kuhusiana na ndoa yake ilikuwa kamilifu. Mawazotangu ya haraka yalikuwa, Mtu huyu alikuwa wapi kw miaka kumi iliyopita? Mtu yeyote anayeoa migogoro na kutokukubaliana ni vitu ambavyo haviepukiki, Hii migogoro hata hivyo, huwa haihitaji kusababisha utengano kwenye mahusiano kati ya wana ndoa, wakati mwingine huchukua muda mgumu na mwingi wa kukitafuna kiburi wakati unashughulikia mgogoro.

Walioona wanajua. Hata hivyo, Ni kile kinachotoka kwa nguvu kwenye hatua ya mwisho. Hii inaweza kuwa sawa hata kwenye kanisa, kabla ya kukimbia ,jaribu kushughulikia migogoro. Utashangaa kwa kile kitakachotokea

KUFUATA UPEPO

Kuna sababu zaidi ninazoweza kuchunguza kwa mpasuko wa makanisa na mgawanyiko. Nimeweza kukutana na watubinafsi ambao waliyaacha makanisa yao ya kwanza kwa sababu waliwaona watu wengine pia wakiondoka hivyo nao wakafanya hivyo, uhalisia wa hili ni kwamba, watu wengi huyahama makanisa yao kwa sababu hicho ndicho marafiki wao wanafanya. Wakafuata upepo na kwenda na mtirirko ingawa wanaweza kutokuwa sababu za wazi kwa nini wamefanya hivyo.

Kabla ya kufanya maamuzi magumu uamuzi wa kuhama kanisa lako, chunguza shauku yako. Je, shauku zako ziko safi? Je, unahama kwa utukufu wa Mungu au unahama kwa sababu binafsi? Kwa uangalifu mtafute Mungu katika hili, mwombe yeye aidhihirishe shauku yako na mwombe kukuongoza katika kile unachofanya.

KWA KUFIKIRIA:

Je, tunahitaji kueneza imani ile ile ya kuwa na ushirika na ibada pamoja? Je, umewahi kusikia ushirika mzuri na muumini anayetofautiana na wewe katika kutafsiri maandiko kwenye baadhi ya pointi nyepesi?

Je, waumini wanaweza kutofautiana kwa namna wanavyo abudu au katika vitu wanavyoamini ni tendo linalokubalika? Ni wapi tunaweza kuchua utaratibu na kusema hatuwezi kuabudu na waumini tunaotofautiana?

Ni kwa namna gani kanisa lako limebadilika kwa miaka hii? Je, mabadiliko hayo yamekuwa mazuri au mabaya?

Ni lini ni wakati mzuri wa kulipeleka na kuishughulikia nidhamu ya kanisa la mahali? Je, kuna wakati wowote mzuri kuhama?

KWA MAOMBI:

Mwombe Bwana akupe neema ya kuwa mvumilivu wa tofauti kati ya waumini katika kutafsiri maandiko na utekelezaji.

Mwombe Bwana akuonyeshewewe lini unatakiwa kufnya kazi pamoja na wale unaotofautiana nao na wakati unahitaji kwenda mwelekeo tofauti na kutafuta kanisa jingine ili kuficha kile wanachohisi amewaitia kukifanya.

SURA YA 3 - JE, NI HAKI WAKATI WOWOTE KULIHAMA KANISA LAKO?

Kuna watu wanaoamini kuwa ukiwa mshiriki wa kanisa kamwe hutatakiwa kuhama. Kwa watu hawa binafsi, kujitoa kwao kwenye kanisa la mahali ni agano la maisha ambalo haliwezi kuvunjwa. Kulihama kanisa ni kama mtu kumwacha mwana ndoa mwenza. Je, ni uinganifu sawa?

Ni kweli kuwa maandiko hutumia alama za ndoa kufafanua uhusiano kati ya Munguna kanisa. Hakuna shaka kwamba uhusiano wangu na Mungu unaweza kulinganishwa na ndoa. Uhusiano wa Mungu na watu wake ni aina ya uhusiano wa maisha ya agano la milele. Kuma mume mpendwa, Mungu daima atawahudumia na kumpenda mke wake ambaye ni kanisa. Hawezi akamwacha au kumtelekeza {angalia Joshua 1:5}. Kanisa kama mke mpendwa, Limeshikamana na Mungu kwa agano la imani. Ndoa ni mfano wa ajabu sanawa uhusiano kati ya Mungu na watu wake.

Kielelezo cha ndoa, hata hivyo sio lazima kiwe kielelezo kizuri inapokuja kwa muumini na kanisa la mahali. Kunaidadi kubwa ya sababu kuhusiana na hili. Kwanza inaweza ikahamisha utulivu kutoka kwa Mungu kuja kwenye kanisa ikiingia,

Uhusiano wangu kwa Mungu pamoja na kanisa la mahali lakini unakwenda ndani zaidi zaidi yahii. Kanisa la mahali ni sehemu tu ya uhusiano wangu na Mungu.Nataka kuungana kusema kwamba kuna nyakati ambapo kanisa la mahali linaweza likasimama kati ya mumini na lenyeweau kanisa na Mungu Nimekuwa kwenye huduma kwa muda mrefu na kuona watu binafsi ambao wameliweka kanisa lao mbele za Mungu. Nimewaona wachungaji wengi ambao hutumia muda wao mwingi wakifanya kazi katika kanisa lao kiasi cha kuumiza hata familia zao. Kuna nyakati hata mimi kuna nyakati ziliudharau uhusiano wangu na Mungu kwa sababu pia nilijihusisha na kazi za kanisa. Kuna nyakati kwenye maisha ya muumini ambapo atatakia kuchagua kati ya Kumtii Mungu au kulitii kanisa la Mahali. Paulo limwambia Timotheo kuwa mzee kwanza anatakiwa," kuisimamia nyumba yake mwenyewe vizuri {1 Timotheo 3:4 NIV}. Hii haimaanishi kwamba hatatakiwa kuutoa muda wake kufanya kazi kanisani kwa sababu ya majukumu ya kifamilia. Katika maisha yangu, Nimewahi kuwa mshiriki wa makanisa ya mahali mengi na madhehebu tofauti tofauti. Kujitoa kwangu kulbadilika kwa kadri miaka ilivyokwenda. Uongozi wa Mungu ulinichukua mimi kwenye makanisa na madhehebu mengi huko Kanada na ng'ambo. Ni wapi kielelezo cha ndoa kwa kanisa la mahali kinaingia katika picha hii? Kama ningeona uhusiano wangu kwenye kanisa la mahali ni wa maisha nisingeondoka Kanada kwnda kufanya kazi ng'ambo. Kujitoa kwangu ni kwa Mungu.Wakati Mungu akiniongoza kwenda kwenye mtaa fulani, Huliona hilo kanisa la mahali na kutoa mchango wangu wa kile ninachoweza kwa kazi ya lile kanisa. Wakati Mungu anaiondoa kwenda mahali pengine, kujitoa kwangu kwenye mwili huo husimama. Mimi sijaolewa na kanisa la mahali, Agano langu ni kwa Mungu. Wakati Mungu akitutegemea sisi kuwa waaminifu kwenye mwili wa mahali,

Anaeza kutuongoza sisi kwenye kanisa jingine au kwenye huduma nyingine. Kuna wale ambao wanalifanya kanisa au dhehebu lao kwenye usawa na Mungu. Watu wanaofanya hivyo wanafanya sanamu kwa kanisa lao la mahali. Wakati siamini kwamba tuntakiwa kulifanya sanamu kanisa la mahali, ni muhimu sana kwa sisi kama waumini kutafuta mwili wa mahali ambapo tunaweza kufanya ushirika. Baada ya kusema haya, Kuna hali ambazo kanisa la mahali huwa linashindwa kuwa baraka kwenye safari yetu na Mungu. Kwa hakika, naweza kuungana kusema kuwa kanisa la mahali linaweza kuwa kikwazo katika ukuaji wetu wa kiroho. Wakati hii ikitokea, Tunahitaji kujichunguza wenyewe iwapo ni mpango wa Mungu kwa sisi kukaa au kutafuta ushirika mwingine.

Kuna sababu nyingi kwetu sisi za kufikiri wakati wa kulihama kanisa la mahali, Nimetumia neno "Kufikiri" hapa kwa sababu tunatakiwa kuwa wapesi kusikia kwa maongozi ya Bwana katika jambo hili. Kile kinachoweza kutumika kwa mtu mmoja hakiwezi kutumika kwa mwingine. Hebu na tuchukue muda kidogo, hata hivyo, kwa sababu baadhi kwa nini watu kufikiri kulihama kanisa lao.

SABABU ZA KIBIBLIA/KITHIOLOGIA

Kukataliwa kwa mamlaka ya neno la Mungu

Ninaweza binafsi kuwa na wakati mgumu kubaki katika kanisa ambalo linaikataa mamlaka ya neno la Mungu. Biblia ni kiwangi ambacho huwa naijenga imani yangu. Ninaweza daima kuhudhuria masomo ya dini katika chuo Kikuu ambako profesa anatoa somo kuhusiana na "hatari ya kuamini katika mamlaka ya biblia." Ninafuraha sikuhudhuria darasa hili. Kama utaiondoa Biblia, Utakuwa umebaki wapi? Utakuwa huna lolote isipokuwa tu utabaki na ufahamu na filosofia za kibinadamu kila kitu kinawezekana na kinaruhusiwa kanisa linakuwa si lolote bali linakuwa kama klabu ya usiku ambako wazo lao ni kushirikishana mawazo ya dini bila msingi wa mamlaka yoyote wa kuzithibitisha fikra zao. Tutajuaje kuwa huyu Mungu ni nani kama hatuna neno lake? Tutajuaje kile anachokitarajia kutoka kwetu Kama hatusomi na kulitumia neno lake? Seminari na vyuo Vikuu katika nchi nzima wanazalisha wachungaji ambao wana mashaka makubwa juu ya neno la Mungu. Wakati kanisa linapogeuza mgongo wake kwenye neno la Mungu wanaipeleka jamii yao kwenye hali ya kutisha kupigana vita vya kiroho ambayo huingiza hasira kali katika jamii yetu isiyo na silaha wasio na uwezo wa kujilinda dhidi ya wauwaji wanaoendelea wa fiosofia za ulimwengu huu. Ni waumini ambao huonguka kama wanyama wanaokula nyama kwa ushawshi wa ulimwengu huu. Nabii Hosea aliliweka hili wazi, "watu wangu wanaangamia kwa kukosa maarifa" {Hosea 4:6a}. Bila Kuingilia kati, hakuna matumaini ya ukuzi wa kiroho na urejesho katika kanisa ambalo limekataa Mamlaka ya Neno la Mungu. Kama uko ktika kanisa la namna hii, ninapendekeza kwamba ni afadhali utafute kanisa jingine ambako utakuwa unalishwa neno la Mungu hakuna ukuwaji nje ya neno lake.

Kukanwa Kwa Kristo:

Yohana anaandika katika 1 Yohana 2:22-23, NIV

Ni nani aliye mwongo? Ila yeye akanaye kuwa kuwa Yesu ni Kristo? Huyu ndiye Mpinga Kristo, yeye amkanaye, Baba na Mwana.Kila amkanaye Baba hanaye Mwana, Amkiriye Mwana anaye Baba pia

Huwa ninashangaa sana ninaposikia mtu anakana kwamba Yesu sio Kristo, wana wa Mungu wanaweza kujiita wenyewe Wakristo. Hii inaweza kuwa kauli yenye nguvu, lakini ni kanuni ya msingi kwa waumini wote. Yohana anamwita mtu wa namna hiyo ni mpinga KristoTunayo matumaini gani ya uzima wa milele kama Yesu Kristo sio Mungu? Kama Yesu sio Mungu, ni Mwongo na mdanganyifu kwani kuna wakati alisema kuwa yeye ni Mungu katika maandiko. Kama ni mwongo na mdanganyifu. Hana thamani kwa waabudu wetu. Kumwabudu yeye chini ya masharti haya inaweza kuwa ni kukufuru. Kwa mara nyingine tena, Kama utakuwa numo miongoni mwa kanisa kama hilo, Ninaweza kukukwambia kwamba ni afadhali utafute kanisa ambalo humpa Kristo sifa na utukufu kulingana na Jina lake. Kama utawaona kaka wanaosababisha migawanyiko kwa kufundisha vitu vinavyopingana na mafundisho ya Mitume "Kaa nao mbali" hii kwa namna nyingine hutaupatia sababu ya kuuuhama ushirika wa wale ambao wanafundisha mafundishao kinyume kuhusu Kristo.

Kudumu Katika Dhambi:

Sababu ya tatu ya kiblia inayosababisha watu kulihama kanisa inahusiana na maisha ya kawaida. Kwa mara nyingine Paulo anamafundisho ya wazi kuhusiana na jambo hili:

{1Kor 5:11, NIV}

Lakini, mambo yalivyo, naliwaandikia kwamba msichangamane na mtu aitwaye ndugu, akiwa mzinzi au mwenye kutamani au mwenye kuabudu sanamu au mtukanaji au mlevi, au mnyang'anyi mtu wa namna hii msikubali hata kula maye

Msikilize Paulo anavyosema :

{Warumi 16:17 NIV}

Ndugu zangu, nawasihi, waangalieni wale wafanyao fitina na mambo ya kukwaza kinyume na mafundisho mliyojifunza, mkajiepushe nao

Mathayo 18 anatuambia sisi kuwa wakati ndugu yako akitenda dhambi tunatakiwa kwenda kwa huyo ndugu na kumwonyesha kosa lake. Akikataa kukusikiliza, tunatakiwa kwenda na mashahidi kwa safari ya pili, akikataa kutusikiliza mbele ya mashahidi, tunatakiwa kulileta jambo hili kanisani, na akikataa tena kulisikiiza kwenye hatua hii, tunatakiwa kujitoa kwake. Kwa miaka ya karibuni, Tumeweza kukabiliana na masuala ya uadilifu katika kanisa. Kukosa kuwa wakweli na rushwa zinatokea hata makanisani. Paulo anatuambia sisi kuwa hatutakiwi kujihusisha na watu kama hawa. Naliona hili kwamba kama tunahusika kwenye kanisa ambalo halimami imara katika maadili na kanuni za maandiko, hata baada ya kufuatwa na kupewa yote kuhusiana na jambo hili, pia tunatakiwa kufanya kila juhudi kama waumini wa kweli kujitenga kutoka kwao na kutafuta kanisa ambalo hutembea katika uadilifu kulingana na maandiko ya Neno la Mungu.

SABABU BINAFSI:

Kukwama Na Kuporomka Kiroho

Inawezekana kanisa lako haliangukii katika moja ya vigezo vilivyotajwa hapo juu, pia bado uko katika kanisa hili kwa miaka mingi na hujakuwa na na ukuaji wowote ule wa kiroho katika maisha yako, Nimekutana na watu wengi binafsi wa aina hii. Kwa miaka, wamekaa chini ya mahubiri ya kanisa lakini hawajakua. Miaka inapita na hawako karibu na Mungu ni kama tu kabla ya kukutana na Mungu. Kunaweza kukawa na idadi kubwa ya sababu kuhusiana na hili. Wakati mwingine kosa linatokea kwenye mahubiri. Wakati mwingine neno la Munhgu halihubiriwi kutokea madhabahuni kuna wakati fulani, ni kwa hakika kuwa hakuna hamu ya mambo ya kiroho katika kusanyiko, watu wanahudhuria kanisa lakini hawana nia ya kweli ya kukua. Hii inawaacha wale wanaotaka kukua bila ushirika au kutiwa moyo kiroho.

Vitu hivi vinaweza kusababisha kukwama katika maisha ya muumini wa kweli. Katika hii napendekeza kuwa waumini watafute kikundi cha waumini waaminifu ambao wanaweza kuwatia moyo katika kazi yao na Mungu wao. Hii kwa kweli sio lazima walihame kanisa lao. Hili Kundi la washirika linaweza kuwa nje ya kanisa. Huko mwisho, hata hivyo, ukuaji kiroho na ukomavu wa mkristo utakuwa kipaumbele kikubwa. Kama kanisa lako lina linakuzuia wewe kutokana na ukuaji wako katika Kristo, unayo sababu na uhitaji wa kumtafuta Bwana kuhusiana na hili.

Kutosuluhisha Tofauti

Paulo na Barnaba walikuwa na tofauti ambazo walikuwa hawajazisuluhisha kulingana na swali la Yohana Marko {Matendo 15:36-41}

Suluhu pekee kwenye tatizo lao ilikuwa ni kwenda pale kwa njia tofauti. Kuna kesi nyingi zinazofanana nz hizi katika makanisa leo. Wakati mwingine matatizo haya yanaweza kufanana na kazi inayofanyika ndani ya kanisa. Wakati mwingine mtu binafsi anaweza kuwa na mabadiliko kuhusiana na theologia inayofanya ushiriki wake katika kanisa kuwa kitu muhimu na nyeti. Wakati imekuwa ni vyema kufikiri kuwa tungetatua kila tofauti katika kusanyiko. Hakika hii ni kama ndoto tu ya kufikirika. Kuna njia zaidi ya moja ya kuyaona mambo. Majibu mara nyingi sio ya kubabaisha. Watu wengine hawataweza kabisa kuttu tofauti zao katika maisha haya. Kama watatakiwa kufanya kazi pamoja, watasababisha misuguano kwa mwili uliobaki. Ni kama Paulo na Barbnaba, kulikuwa na wakati ambao suluhisho lililofaa ilikuwa ni kuwa watiifu na kwenda pamoja.

Kuongozwa Na Mungu:

Ningependa kugusia sababu ya mwisho ya kulihama kusanyiko la mahali. Kuna nyakati ambazo Bwana atatuita sehemu nyingine na kufanya kazi. Hata wachungaji huhisi wito wa Mungu wa kwenda kufanya kwenye kanisa jingine. Kwa hiyo tunatakiwa kumruhusu Mungu, ka haki kuziongoza karama walizopewa waumini wetu kwenda kwenye mwili mwingine. Mungu bado anawaita wamishenikutoka kanisa la mahali kwenda kwenye Nyanja za kimataifa. Anaweza pia kuwita baadhi yenu vijana waliobarikiwa karama kwenye huduma za kudumu. Anaweza pia kumwita muumini wa kawaida kwenye kazi nyingine. Ninauhakika kwamba haikuwa rahisi kwa kanisa la Antiokia kusikia Mungu akiwambia alikuwa anawachukua Paulo na Barnaba kutoka kwao kwa ajili ya kazi nyingine { angalia Mdo13:2-3}. Kujitoa kwetu ni kwa sababu ya Kristo na sio ka ajili tu ya kulijenga kanisa la Mahali.Hebu na tuihesabu hii kama bahati kuwa na waumini wetu kwenda nje ya Mipaka au ukuta kwenda kuhudumia sehemu ya mzabibu Kujihisi uchungu na unyama mkubwa ni pale unapodharau wito wa Mungu.Uwe wazi kwa kile ambacho Mungu anachokutaka wewe kufanya ni Kuliweka kanisa la mahali mbele ile kulinda wito wa Mungu inaweza kuwa ni kuishi katika maisha ya kukosa utii kwa mapenzi ya Mungu.

KWA KUFIKIRIA

Kuna tofauti gani kati ya uhusiano wa mme na Mke na uhusiano wetu na Kanisa? Je, Mungu ana matarajio na mahusiano haya?

Je, ni zipi sababu za Kibilia na thiologia ambazo utatakiwa kuziangalia kulihama kanisa lako?

Je, ni kitu kinachokubalika kulihama kanisa lako wakati wewe hujakuwa kiroho?

Je, Kuna nyakati ambazo Mungu anaweza kuliita kanisa kwenye mwelekeo ambako sio kila washiriki watakuwa hawafurahii? Ni nini ambacho wale waiofurahia na mwelekeo huu watafanya katika tukio hili?

Je, Umewahi kujihisi wakati wowote ule kwamba Bwana alikuwa anakuita kwa Kanisa jingine? Eleza.

KWA MAOMBI

Mwombe Bwana kukusamehe wewe kwa nyakati ambazo kanisa lilichukua nafasi ya Mungu katika maisha yako. Mwombe Mungu kukusaidia wewe kumweka yeye wa kwanz katika maisha yako.

Mwombe Mungu akupe wewe uelewa wa wazi wa kile ambacho ni muhimu kwake. Mwombe akusaidie wewe kusimama imara kwenye hizo kweli na daima usiache.

Mwombe Mungu kukuonyesha kama wakati wote umesimama kwenye njia ambayo anakutaka kuifanya katika kanisa lako. Mwombe akupe neema ya au kujinyenyekesha mwenyewe au hekima kwenye njia ambazo zinaweka vikwazo kwa makusudi yake kwa kanisa

Mwombe Mungu akuonyeshe ni lini utahitaji kupigania kile unachokiamini na lini utahitaji kuondoka na kumwacha yeye kwa njia zake mwenyewe.

SURA YA 4 - JE, KUNA UPANDE MZURI KWENYE MPASUKO WA KANISA?

Kama umewahi wakati wowote kuwa sehemu ya mpasuko wa kanisa, Unaweza kushangaa kipi ni kizuri kinaweza kutokea nje yake. Wote tunajua upande hasi wa mpasuko kwenye kanisa wa hisia kubwa na maumivu makali. Kuna nyakati, hata hivyo, wakati tunakwenda kwa njia zetu wenyewe inaweza kuwa na faida. Kwa kusema haya, tafadhali naomba utambue kuwa sikutii moyo kuliahama kanisa la mahali. Lengo langu, hata hivyo, Ni akuonyesha kwamba Bwana anaweza kuitumia hali hiyo kwa mazuri.

UTAKASAJI WA KANISA

Mara chache mpasuko wa kanisa huwa na matokeo ya utakaso. Wakati wa matengenezo, kanisa lilikuwa limepotea na kutoka kwenye msingi wa kweli wa injili. Mafundisho ya wokovu kwa neema na na mamlaka ya kweli ya neno yalikuwa yamemwaga chini. Kanisa lilihitaji kusafishwa. Martine Luther alikuwa miongoni mwa watu ambao Mungu angewatumia kuhusiana na huku kusafisha. Wakati haikuwa sio makusudio yake ya kwanza ya kulihama kanisa, aliuuliza uongozi ulioundwa kuongoza kwenda kwenye urejesho mkubwa na baadaye uundwaji wa kanisa jipya. Matengenezo yalikuwa na matokeo ya utakaso kwenye kanisa. Injili kwa mara nyingine tena ilikuwa ikihubiriwa kutokea kwenye madhabahu ya Ulaya. Dhambi zilishughulikiwa na watu walipewa uhuhisho mpya katika imani zao. Uhakika wa jambo hili ni huu, watu wanaojiongoza wenyewe wana mwelekeo wa asili wa kumwacha Mungu na kanuni za Neno lake. Ni rahisi kuyaacha mambo yajiendee yenyewe kuliko tendo la kuliadabisha kanisa. Ni rahisi sana kuwahubiri watu kile walichozoea kusikia badala ya kushughulikia kwa kutumia mara nyingi kweli kali za nguvu ya neno la Mungu.

Mara nyingi huwa tunakuwa na furaha na tamaduni zetu na macho yetu yanaondolewa kwa Kristo. Dunia na ushawishi wake huwa hauko mbali sana kutoka kwetu. Kama yataachwa peke yake, makanisa kwa kawaida yataporomoka kutoka kwenye mafundisho ya kweli ya neno la Mungu. Kama alivyofanya katika agano la kale, kila mara kwa hakika, Mungu atatuma nabii wa kulitikisa kanisa na kuwaamusha toka kwenye usingizi. Katika Kutoka 32 tunasoma namna ambavyo Musa alikwea mlimani kwenye uwepo wa mungu. Mungu alimwambia arudi kwa watu wake kwa sababu wamemwasi. Wakati Musa aliporudi kwenye kambi, aligundua kwamba watu wake wamejitengenezea ndama wa dhahabu, alipoona kile kilichokuwa kinatokea, Musa aliwaita wote ambao wako upande wa Mungu ili waungane naye, baadhi walijiunga naye lakini wengine walikataa. Hii ilikuwa ni moja ya mpasuko wa kwanza kati ya Mungu.Mungu hakutarajia chochote licha ya kile kilichokuwa kwa Musa siku hiyo. Musa na wafuasi wake waliomfuata walijitenga kutoka kwa hao ambao walikuwa mawegeuka na kumkataa Mungu.Siku hiyo Mungu alituma ugonjwa na kuwasafisha wote ambao wamegeuka na wamepigia magoti ili miungu mingine. Ni kwa namna hii wana wa Israel walitakaswa na dhambi zao kuondolewa.

Nilipofanya kazi katika kisiwa cha Mauritius miaka michache iliyopita. Nilikuwa na majukumu ya kuhudumu katika kanisa ambalo lilikuwa limepitia mgawanyiko. Kadri tulivyoanza kushughulikia tatizo moja baada ya jingine na kumtafuta Bwana na mwelekeo ambao angetutupatia ili tuweze kwenda. Wafanya fujo walianza kuondoka. Wengi wa hawa watu binasfi hawakuwa na furaha na njia ambazo kanisa lilivyongozwa na kuamua uhuru wao wa kuondoka na kwenda popote. Niliongea na mchungaji aliye wahi kushughulikia tatizo linalo fanana. Mara nyingi Mungu anayo nji a yake mwenyewe ya kulitakasa kanisa lake na hata kuwaondoa wasumbufu au kwa kuwatenganisha kwa ajili yake watu ambao anatamani kufanya nao kazi kubwa.

UKUAJI NA UREJESHO

Nimewahi kukutana na watu binafsi ambao wamepata uzoefu mkubwa mno kuhusiana na ukuaji na urejesho baada ya kuyahama makanisa yao kwa miaka mingi. Katika baadhi ya kesi, Hawa watu walikuwa katika makanisa ambako Ukweli wa maandiko ulikuwa haufundishwi. Kulikuwa na njaa kubwa ndani ya mioyo yao ambayo ilikuwa haishibishwi. Niliwahi kuona kile kilichotokea wakati hawa watu binafsi waliposhibishwa na Ukweli wa Neno la Mungu. Kwa wengi wao, Maisha yao yalibadilishwa. Niliwasikia wakisema, "Nimehudhuria kanisa miaka mingi lakini siku wahi kufundishwa kweli hizi." Ni kama mzizi wa mmea uliozingirwa na kizingiti ambao hauwezi tena kukua, kama utapandikizwa kwenye kanisa linalofundisha biblia, Hawa watu binafsi walipasukia kwenye ukuaji, Ni baraka kuona hili.

Sisi pia tunatakiwa kutambua kuwa sio kila mtu yuko sawa. Watu wengine huabudu vizuri kwenye ibada zilizoandaliwa kiutamaduni, wakati wengine huhitaji uhuru zaidi na tabia za kawaida. Muunganiko wa watu, karama na huduma ni tofauti katika kila kanisa. Kila kusanyiko linayo radha yao maalum na umuhimu kama mimea, watu huchanua katika ardhi tofauti. Kuna wakati watu kama ilivyo mimea huhitaji kupandikizwa kwenye kanisa jingine kama yanaelekea kufikia kimo sahihi cha ukuaji. Hatutakiwi kujiangalia sana sisi wenyewe kujenga kanisa letu la mahali ambalo tunakataa kuwapa nafasi washiriki wetu kwenda ambako wanaweza kujifunza ukuaji na urejesho mkubwa zaidi. Kitu muhimu hapa sio washiriki kuwa kwenye usimamizi na majukumu yetu lakini ni kuwakomaza waumini katika Kristo.

KUJIZIDISHA KWA NGUVU KAZI

Wakati Paulo na Barnaba walipotengana shughuli zao kwenye Mdo 15, matokeo yake yalikuwa nini? Barnaba na Yohana Marco pamoja naye walielekea upande mmoja. Paulo alimchukua Sila nao wakaelekea upande mwingine. Kazi ya Umisheni ikajizidisha mara mbili. Badala ya timu moja ya watu wawili, wakati hatuna hata rekodi ya kazi ya Barnaba na Yohana Marco kwa wakati ule, tunaweza tukakisia kwamba huduma yao, pia, ilikuwa imebarikiwa na Mungu. Ni kweli kuwa Paulo na Barnaba walitengana kwa sababu ya utofauti wa mitazamo yao. Ukweli wa mambo, hata hivyo, ni kwamba wote walikuwa watumishi wa Mungu walikusudia kutimiza mapenzi yake. Ninashawishika kusema Mungu alizitumia timu zote mbili kwa utukufu wake.

Kanisa la siku zetu limekuwa likiendeshwa kwenye mipasuko na migawanyiko. Tunatakiwa kutambua, hata hivyo, kwamba Mungu ameitumia mingi yah ii migawanyiko kwa utukufu wake. stu wamekuwa wakivutwa kwa Bwana na kukua kiimani kupitia idadi kubwa ya Makanisa haya. Watoto wa kweli wa Mungu wanaweza wakapatikana katika madhehebu mengi tofauti, ingawa hatutaweza kila mara kukubali, lakini tunatakiwa kukubali kuwa Mungu anafanya kazi katika makanisa mengine nje ya kanisa lako. Kuna busara ambayo Mungu huitumia hii migawanyiko kwa utukufu wake. Nguvu kazi imepanuka. Uwezo wetu wa kulipeleka neno umejizidisha mara nyingi kwa muda. Kila kikundi kinao umuhimu na majukumu na kinawafikia watu na makundi ambayo wengine hawawezi kufika. Mungu ametumia mipasuko kwa miaka mingi kuizidisha nguvu kazi ya umisheni.

UMOJA MKUBWA KWENYE MIGAWANYIKO:

Kuna nyakati ambapo njia nzuri ya kuachana na mtu ni kwa wewe kwenda mbali kidogo na wao. Kutaka kutazamana, kuna vitu vya kibinafsi ambavyo vinapinga. Utakapoyaweka yote haya katika kanisa moja, Huchomana mapembe kila wakati wanapoonana wao kwa wao. Mimi sio muumini wa Makanisa ambayo ni ya Shetani.Naamini kuwa ni ya lazima kwa sababu ya ubinadamu wetu wa asili. Madhehebu hutaka kuwakuza watu wenye akili zinazofanana. Kwa nadharia, hakika, uwezekano wa migogoro inapunguzwa kwa sababu tunafungamana na watu wanaoona vitu kama vile sisi tuonavyo, Ingawa ningependa kuwa mtu wa kwanza kukubali kuwa tunatakiwa kuona ushirikiano wa kweli kati ya waumini wa madhehebu totauti, pia naamini kwamba, Katika dhambi hii iliyoujaza ulimwengu, madhehebu haya yanaweza kuwa ya lazima kwa ajili ya kuleta uhamasishaji mkubwa ndani ya Mwili wa Kristo. Tuna mambo mengi ya kufanya kuliko daima kujikwamisha kwa kujichoma pembe na kupigana baina yetu. Je, umewahi kufundisha katika klabu ya watoto ambako watoto wawili hawaelewani? Utafanya nini? Unawatenganisha watoto hao wawili na kuwaweka kwa watoto wengine ambao wanaelewana na kuendelea na mafundisho. Kutenganisha unaona ni kama njia nzuri ya kuelekea kwenye umoja mkubwa. Unaweza pia labda unaelewana na mtu vizuri sana kama hufanyi kazi naye bega kwa bega au kila siku. Wakati mwingine mipasuko katika makanisa ni mpango wa Mungu na ni njia ya kuanzisha umoja ulio mkubwa zaidi.

Ingawa ni kweli kwamba wakati fulanisababu ambazo hatukubaliani ni kwa sababu ya Kiburi, wivu au kutokukubali kusamehe, Kuna nyakati fulani ambazo kwa kawaida huwa tunafanya vitu katika namna tofauti. Ninao marafiki ambao ni tofauti na mimi kwa namna wanavyofanya kazi zao. Wanaweza kufanya kazi nyingi sana kwa mara moja, ingawa mimi huangalia jukumu mojamoja kwa muda. Ingawa ni marafiki wakubwa na hufurahia ushirika wa ajabu, Huwa tunafanya kazi kitofauti. Kwa hakika, Tungetakiwa kuhuzunishana kila mmoja kama tungejaribu kufanya kazi pamoja.

Katika Kumbu kumbu ya Torati 22:10

{10} Usilime kwa ng'ombe na punda wakikokota jembe pamoja.

Kulikuwa na sheria ya kuwafanya wanyama ambao ni tofauti kufanya kazi pamoja. Ng'ombe alikuwa na nguvu na mchapa kazi sana. Punda alikuwa dhaifu, mdogo, na ni mnyama msumbufu. Hii ilikuwa asili yao. Fikiria kuwaweka wanyama hawa pamoja kulima kwa plau kwenye shamba. Ng'ombe atakuwa anaachwa na nyuma na punda na punda ataumizwa kwa kazi nyingi. Ujumlishaji huu wa wanyama sio wa afya. Kile ambacho ni cha kweli kwa ng'ombe na punda pia ni cha kweli kwenye kanisa. Mungu ametufanya sisi totauti kila mmoja na mwenzake. Tofauti hizi si dhambi lakini zinaweza kuleta utofauti kwa baadhi ya watu wakifanya kazi pamoja. Wakati fulani, suluhisho la Kibiblia ni kuwatenganisha watu ambao ubinadamu wao na aina ya utendaji kazi wao kupingana ili kwamba waidharirishane au kila mmoja kumrudisha mwenzake nyuma. Tunahitaji kutofautisha kati ya tabia za dhabi ambazo hutufanya sisi tusifanye kazi pamoja na karama alizotoa Mungu na sifa binafsi ambazo zinapingana kwa sababu sisi bado tu tofauti.

Kile ninachotaka kusema katika sura hii ni kwamba mgawanyiko daima sio kitu kibaya. Ni kama kwenye mmea kuna wakati huhitaji kung'olewa na kutawanywa kwa ajili ya ukuzi wenye afya hiyo ni sawa na kwenye kania la mahali. Nilikuwa naangalia taarifa kwenye msituulioungua moto miaka michache iliyopita huko Australia. Timu aliunganisha taarifa ya moto na baada ya moto huu kwa miaka ijayo. Wakati moto uliteketeza gharama kubwa ya msitu, waligundua kwamba baada ya miaka mingi kupita msitu ulikuwa na ulikuwa na afya kulikoulivyokuwa hapo awali kabla ya moto. Kwa hakika, Mbegu za mimea ambazo zilikuwa zimedumaa kwa miaka, sasa zilikuwa zinarudi kwenye maisha na kuonwa tena ndani ya msitu. Huu moto iliowaka katika msitu huu ilikuwa ndio uwe mwisho wa msitu huu. Mungu wakati fulani hulisafisha kanisa lake. Ataondoa mazalia yaliyokomaa na yaliyodumaa na kuleta maisha mapya Atawafanya upya watu wake waliojitoa kwa neno lake. Atapanua nguvu kazi yake. Mipasuko ya makanisa sio muda wote huleta matokeo hasi. Yanaweza kuwa ni chombo kikali na chenye umuhimu mkubwa kwenye mikono ya Mungu mwenye nguvu kusafisha, kukomaza na kulifanya kanisa lake liwe na manufaa zaidi kwa ajili ya Ufalme wake.

KWA KUFIKIRIA

Ni kwa namna gani Mungu alilitakasa Taifa la Israel kwenye kutoka 32, Ni kwa namna gani anayatakasa makanisa yetu kwenye siku za leo?

Ni, Kwa namna gani Mungu aliutumia mpasuko kati ya Barnaba na Paulo kuizidisha nguvu ya umisheni? Je, anawezza kufanya hay oleo?

Je, inawezekana kwamba kwa kuunda makundi ya waumini wanaofanana fikra kunaweza kwa nguvu kubwa kuleta umoja kwa mwili mzima wa Kristo? Ingawa tunaabudu katika makanisa tofauti, tutafanya nini cha kutambulika kwa umoja wetu kama waumini wa kweli wa Yesu Kristo?

KWA MAOMBI

Mwombe Bwana kufanya kile anachotakiwa kukifanya kulitakasa kanisa la siku za leo

Chukua muda mfupi kumshukuru Bwana kwa makanisa katika eneo lako ambayo huhubiri Ukweli kuhusu Yesu Kristo. Mwombe Mungu akusaidie wewe kuwakubali waumini hawa kama kaka na dada ingawa mtatofautiana kwenye baadhi ya pointi za theolojia.

Mshukuru Bwana kwa njia tofauti ambazo amefanya kazi kupitia waumini wa makanisa mbalimbali ya Biblia katika jamii yako.

Mshukuru Mungu kwa watu ambao Makanisa haya yanawafikia na matokea waliyonayo kwa sababu ya ufalme wa Mungu.

Mwombe akupe wewe neema kama kanisa kufanya sehemu yako kwenye upanuzi wa Ufalme wake. Mwombe akuonyeshe wewe majukumu maalum aliyonayo kwa ajili ya kanisa lako.

SURA YA 5 -
WAKATI MGAWANYIKO HAUZUILIKI

Kunaweza kuwa na nyakati ambazo kulihama kanisa ni kitu kisichozuilika. Swali tunalotaka kulichunguza ni je, tunafanya nini wakati jambo hili haliepukiki? Tunashughulikia vipi mpasuko kanisani au mtu binafsi ambaye anajihisi amebanwa kulihama kanisa? Wakati unapofikia kwenye sehemu ambayo hakuna chaguo jingine, Ni namna gani unalihama kanisa?

TAFUTA MPANGO WA MUNGU

Baada ya Esta kuolewa na Mfalme XerXes kuwa malkia wa Uajemi, Haman, ofisa wa mfalme, alitoa amri kwamba wahayudi wauwawe. Mfalme XerXes alikubaliana na sera za Haman. Tunaweza kufikiria ni kwa kiasi gani jambo hili lingekuwa gumu kwa Esta, maybe pia alikuwa Myahudi. Mume wake amekubali kuharibiwa kwa watu wake. Modekai, mjomba wake Esta, hata hivyo, alimwambia kwenye

Esta 4:14 "ni nani ajuaye kama hukuujia ufalme kwa ajili ya wakati kama huu?" Modekai alimkumbusha Esta kwamba mfululizo wamatukio ambayo yalipelekea yeye kuwa mke wa adui kwa watu wake hayakutokea kwa bahati mbaya. Mungu alikuwa akilifanyia kazi Kusudi lake na Esta ana majukumu muhimu ya kufanya. Kabla ya kukimbia hali ya matatizo katika kanisa lako, Fikiria ushauri wa Modekai.

Je, ingekuwaje kama Mungu angekuweka wewe katika kanisa kwa lengo hili kuu? Je ingekuwaje kama wewe ungekuwa unahusika kwenye mchakato wa mabadiliko katika maisha ya kanisa lako?

TAFUTA SULUHU

Katika Mathayo 18:15-20 Bwana anatwambia sisi kwamba iwapo ndugu yako kaka au dada akitukosea tunatakiwa kwenda na kumwona binafsi na kuongelea suala hilo. Akikataa kusikia, Tunatakiwa kuchukua mashahidi. Akikataa kusikia hata kwa mashahidi, tunatakiwa kumleta kanisani, akikataa pia kulisikiliza kanisa, tunatakiwa kujitenga sisi kutoka kwake watu wengi sana huyahama makanisa mgogoro ukiwa mchanga. Huhama kabla kwanza hawajatafuta suluhu. Na kaka au dada zao. Wakati tunapoona namna gani kanuni hizi zinafanya kazi kwenye uhusiano wa watu binafsi, ni kwa namna gani hii inafanya kazi kwenye kanisa? kama kanisa lako linatangatanga kutoka kwenye kanuni za Neno la Mungu, inaweza kuwa hatua ya kwanza, Ingekuwa ni kwenda kwenye uongozi na kuelezea yaliyokusibu. Iwapo uongozi utakataa kukusikiliza, chukua mtu mmoja pamoja na wewe na kwenda tena ukazungumze nao kwenye suala hilo. Kama watakataa kukusikiliza, unaweza kukata rufaa, labda uende ngazi za juu za kanisa au Ofisi kuu ya dhehebu lako, Kama hata hizi juhudi watazikataa kuzisikiliza unaweza kuwa na sababu halali za kuondoka Labda unaweza kuwa kwenye dhehebu ambalo limefanya maamuzi ambayo yako kinyume na mafundisho ya neno la Mungu. Itakuwaje iwapo shauri lako linahusu dhehebu kwa ujumla wake? Je, Mathayo 18 inahusika namna gani na hii kesi? Utakwenda wapi wakati hakuna mamlaka ya juu ya kanisa ambako tunaweza kugeukia? Labda ile hatua ya kwanza kulingana na Mathayo 18 ingekuwa ni kuieleza shida yako kama kanisa la mahali kwenye dhehebu lako. Kama hawatakusikiliza tafuta kanisa jingine la mahali na waumini wa dhehebu hilo hilo ambao watasimama upande wako. Na kama hata hao watakaa, kwa mara nyingine tena, kutegemeana na asili ya jambo lenyewe, Unaweza kuwa na sababu za kuondoka.

Kitu ambacho ni muhimu ni kwamba kabla ya kuondoka, tafuta namna ya kulifanyia kazi tatizo na kaka na dada zako. Labda Bwana anaweza kukutumia wewe kuleta mabadiliko yanayotakiwa.

KUONGOZA NA SIO KUONYESHA HISIA/KUHAMAKI

Mara chache, kwenye migogoro kanisani, watu hujeruhiwa na huonyesha hisia za uchungu na kulipiza kisasi. Ni muhimu sana tutafute kuyaepuka haya kwa gharama yoyote. Kwenye mogogoro, hatutakiwi kutafuta kuthibitisha pointi zetu. Ya kwanza naya muhimu sana katika akili zetuinatakiwa iwe kwa utukufu wa Mungu. Utasemaje ikiwa kweli unatafuta utukufu wa Mugu? Labda njia rahisi sana ni ile ya kuzichunguza tabia zako na matendo. Kama tunatafuta utukufu wa Mungu katika kanisa, tutatakiwa kuanza kwa kuichunguza mioyo yetu. Nimeona vita nyingi chafu katika kanisa na watu ambao hudai kuwa wanatafuta utukufu wa Mungu. Je, Mungu hupewa utukufu wakati tabia sio zile za Kristo? Je, Mungu hupewa utukufu wakati waumini wanawatafuna waumini kwa jina la Kristo? Kama tabia sio nzuri kumwelekea kaka yako, Hivyo uwezi Kumtukuza Mungu, Yesu anatwambia sisi kuwa:

{Mathayo 25:40 NIV} "Nawaambia ukweli, kama mlivyowatendea mojawapo wa hao ndugu zangu walio wadogo mlinitendea mimi"

Kama unatafuta utukufu wa Mungu katika Migogoro, utakuwa unatafuta mapenzi yake na sio ya kwako. Utazionyesha tabia zake ambaye anakupenda na akafa kwa ajili yako ulipokuwa adui yake.

Utafuata uongozi wa roho na kuonyesha hisia zinazotoa uchungu na kutamani kulipiza kisasi. Kwa uchangamfu tafuta mazuri kwa kaka na dada zako.

Sikiliza Kile ambacho Biblia inatwambia kwenye {Mathayo 5:44 KJV}

Lakini mimi nawaambia wapendeni adui zenu, waombee wanaokuudhi na kukutesa wewe. Katika tafsiri hii, Kuna vitu vinne tumeameiwa kufanya kwa maadui zetu. Tunatakiwa kuwapenda maadui zetu. Mfano mkubwa wa hili ni mfano wa Kristo na kwa jinsi ambavyo alikuwa yuko tayari kufa kwa ajili yetujapo tulikuwa bado ni maadui zake. Tunapewa changamoto ya kufuata mfano wake.

Msitari pia unasema tuwabariki wale wanaotulaani sisi. Neno bariki ni Neno liko katika lugha ya kiyunani ni "eulogeo" kutoka kwenye neno hilo tunapata neno "eulogy" mbalo kwa hakika linatokana na maneno mawili ya kiyunani "eu" maana yake "nzuri" na "logos" maana yake "neno" kama utayaweka maneno haya mawili pamoja unapata lile wazo la kuzungumza vizuri kwa adui. Ingawa hatuwezi kuyafurahia kwa kile yanachosimamia, tunatakiwa kuangalia nje ya huu uovu na kuona mazuri. Tunatakiwa kuyaondoa na kuyaacha maneno ya hasira na uchungu kuhusiana na wao. Maneno yetu kwao na kuhusiana na wao yanatakiwa kuwa na kiasi na yenye neema, msamaha, huruma na upendo.

Kitu cha tatu tunachoamriwa kukifanya ni kufanya mambo mazuri kwa madui zetu. Kaka zetu na dada zetu hawatakubali inshara zetu za mikono lakini tumeamriwa kutoa upendo kwao. Kwa njia ambazo tunatafuta kumbariki na kuwaheshimu kaka na dada, hata kama tulikuwa tumeumizwa nao. Changamoto ya mwisho ya huu msitarini ni kuwaombea maadui zako. Tunatakiwa kuonekana katika Nuru ya amri nyingine. Mungu hatuambii hapa kuwa tunatakiwa kuombea uharibifu wao na kuhukunmu haraka. Tunapewa changamoto ya kutafuta mazuri kwa maadui zetu hata kwenye maombi. Omba kwa baraka za Bwana ziangukie kwa wale ambao hamkubaliani na wewe. Omba kwamba waweze kuja kuyatambua mapenzi ya Bwana na waonyeshwe kwa wingi wa uzuri wake. Msitari huu unatuambia sisi kuwa tunatakiwa kwa uchangamfu kuyatafuta mazuri ya maadui zetu. Hiki ni kiini cha tofauti ya kile tunachokiona katika wastani wa mipasuko ya kanisa. Kwa kadri tunavyopitia mogogoro na mipasuko, tunatakiwa kuwa tunajiuliza maswali. Ni kwa namna gani nitatafuta mazuri ya wale ambao hatukubaliani na mimi? Hii inapingana na kila kitu amacho ni cha kawaida kwetu. Kama tutahitaji kumtumkuza Mungu katika kanisa letu kwenye mgogoro, hata hivyo, tutahitaji uwezesho ake kuwezesha katika jambo hili. Je, hii sio ile ambayo Kristo alifanya kwa ajili yetu?

Katika 1 Wakorintho 6:1-7 Paulo anazungumza kuhusu matendo ya waumini wanaotengeneza sheria za migongano ya kukubali au kutokukubaliana dhidi ya waumini wenzao na kuzipeleka kwenye mahakama za kidini. Anawaambia kuwa ni vema kutendewa kosa au kudanganywa kuliko kutafunana sisi waumini kila mmoja na mwenzake mbele kwa watu wasioamini. Mambo ya kutisha yamefanyika ka jina la Kristo. Iwe ni kwa Yule anayetunza jengo la kanisa au Yule anayehangaika na fedha, Vita inaweza kuwa chafu sana. Paulo anatuonya sisi dhidi ya hili. Kama waumini tunaliwakilisha Jina la Kristo. Hata katika migogoro tunatakiwa kuuonyesha ulimwengu kwamba Yesu yu hai na anaishi katika mioyo yetu. Itafanya nini hii kwenye ushuhuda wa kanisa wakati watakapowaona waumini wakirukia uchoyo, chuki na hasira kali?

Ingawa kunahitjika kila baada ya muda fulani uhitaji wa kutambua hatua sahihi za kufuata, tunatakiwa kuwa waangalifu kuhusiana na kuwapeleka waumini wetu mahakamani, Uwe tayari kuumia kwa kugharamika, kuliko kulipaka matope Jina la Kristo kwenye Jamii. Hata kwenye mpasuko wa kanisa, Utukufu wa Mungu unatakiwa uchukue nafasi kubwa na ya kutosha.

KUTARAJIA WAJIBU:

Usishangae iwapo watu watawajibika kinyume na wewe. Kwa namna nyingine watu waawez wasiongee nawe. Kwa wakati mwingine watu wataongea vitu nyuma ya mgongo wako. Wakati mwingine watu wanaweza kuwa na mawazo yao binafsi ya kwa nini walilihama kanisa lako. Unaweza usielewe kabisa. Katika kesi hizi, Kwa upendo uwasamehe na uhakika zaidi tafuta mazuri kwa wale wanaokusema vizuri wewe. Kumbuka kwamba, baadaye, utatakiwa kujibu kwa Mungu ukiwa peke yako. Kile ambacho watu wanafikiria kwako sio muhimu kuliko kile Mungu anakifikiria kwako. Mungu anajua kile unachokipitia, Sikiliza ushauri ambao Nabii anatoa kwenye.

{Mathayo 5:11-12 NIV}
"Umebarikiwa wewe wakati watu wanapokutuhumu, kukutesa na kukuonea kwa kila neno la uongo, kwa ajili yangu {12} furahini na kushangilia kwa kuwa thawabu yenu ni kubwa mbinguni, kwa maana ndivyo walivyowaudhi manabii waliokuwa kabla yenu

Kama umekuwa ukitafuta mapenzi ya Mungu katika jambo hili, tii neno lake na tafuta Utukufu wake, baadaye furahia kwamba umepatikana wa thamani na kuteseka kwa ajili ya Jina lake. Je, umewahi kumwona mpiganaji wa vita aliyerudi nyumbani na makovu ya vita? Je, umewahi kumwona akizungumza kwa kiburi kuhusiana na vidonda vyake? Anayafikiria na kuheshimu kwa kuwa na alama kwenye mwili wake za imani kwa ajili ya nchi yake. Ni zaidi kiasi gani hili ni kweli kwa baadhi yetu ambao hteseka kwa sababu ya Kristo. Usishangae kama hutambuliwi. Tafuta utukufu wa Mungu na mapenzi yake na husika kwa liasi kidogo sana kwa yale ambayo wengine watakufikiria.

Katika ulimwengu hu, tunaweza kutarajia kutokukubaliana na migogoro, Kunaweza kukawa na nyakati ambapo, Kama Paulo na Barnaba katika Matendo 15 tutakiwa kujitenga kutoka kwa kaka na dada zetu kwa ajili ya Utukukufu mkubwa zaidi wa baba yetu aliye mbinguni. Kipi ni muhimu wakati jambo hili haliepukiki, ni kwamba tunafanya hivyo kwa neema, msamaha na upendo. Kuna nyakati wakati hii inaweza kuwa ngumu sana, lakini kujitoa kwetu kwenye nyakati hizi za migawanyiko ni kumwinua Kristo kwenye mioyo, matendo na tabia zetu.

KWA KUFIKIRIA

Kwa nini ni muhimu kutafuta mapenzi ya Bwana katika migogoro ya makanisa yetu kabla ya kuhama? Kipi kilikuwa ushauri wa Modekai

Ni kipi mbacho Mathayo 18:15-20 inatufundisha sisi kuhusiana na hatua tunazotakiwa kuchukua kuelekea suluhu ya dada na kaka?

Ni mapokeo yapi ya kawaida kwenye mgogoro wa kanisa? Ni aina ipi ya kukubaliana ambako Mungu anatutaka kuwa nayo kuhusiana na wale tunaotofautiana nasi au wale wanaotuudhi sisi? Angalia Mathayo 5:44.

Je, Kungekuwa na vita kubwa katika mgogoro wa kanisa lolote, sio kwa kaka na dada lakini sisi wenyewe , tabia zetu na kukubaliana kwetu kwenye hii migorgoro, Elezea

KWA MAOMBI

Mwombe Mungu akupe neema ya kuutafuta Moyo wake kabla ya kwenda kwenye hali yoyote, Mwombe kama ni makusudi yake au ajenti wa mbadiliko.

Je, umewahi kuwa na mgogoro na kaka au dada yako Katika Kristo? Mwombe Mungu akepe moyo wake kwa huyo dada au kaka. Mwombe Mungu akusaidie kumpenda na kumsamehe kama alivyokupenda na kukusamehe wewe.

Mwombe Mungu kukuchunguza moyo wako kuuona kama kuna tabia yeyote ambayo haimtukuzi Yeye tubu hizi tabia kwake na mwombe yeye azibadilishe.

SURA YA 6 - UPONYAJI TOKA MPASUKO WA KANISA

Mojawapo ya matatizo kuhusiana na mipasuko ya kanisani ni kwamba watu wanaweza kuendelea na siku zilizobaki za maisha yao zikiwa zimejazwa uchungu na maumivu. Sijawahi kukutana na yeyote ambaye alitakiwa kuhama kanisa lake kutokana na kutokukubaliana ambako hakuja muumiza kwa namna yoyote na mchakato mzima. Kwa sehemu kubwa, hawa watu binafsi huachwa wakijitibu majeraha ya vidonda wenyewe. Mara nyingi maumivu huoanishwa na makanisa yao ya mwanzo huwa yamejificha lakini hayajatibiwa. Kutoka wakati huu kwenda mwingine huyaleta juu maumivu na hasira. Kwa kawaida, hata hivyo, Hawa watu binafsi hujitia shughuli nyingi wenyewe na makanisa yao mapya na kuyaacha maumivu yao yakiwa yamezikwa chini ya ardhi. Kwa kumalizia aya hii, Nitatoa miongozo michache ya kuanzisha mchakato wa kujiponya kutoka kwenye mpasuko ya kanisa.

JARIBU KUUTAMBUA MTAZAMO WA NDUGU YAKO

Nyakati fulani zilizopita, nilijihusisha na kanisa ambalo lilikuwa limepasuka kutoka kwenye dhehebu lao. Hii ilitokea miaka mingi kabla ya mimi kufika. Nilijifunza baadaye kuwa mojawapo ya matokeo yaliyosababisha mpasuko huu ilikuwa ni barua waliyoitumwa na kiongozi wa kanisa lao kwa makanisa mengine ya dhehebu lao katika aneo hilo ikielekezea kuwa hakuna mtu kutoka haya makundi yaliyojikata atakaye ruhusiwa kuhubiri katika kanisa lao.

Kitendo hiki pekee kilichangia kuimarisha unyama kati ya watu kwenye pande zote mbili. Miaka mingine baadaye, niliombwa na na moja ya makanisa kwenye dhehebu la kwanza kuhubiri kwa sababu mchungaji hakuwepo. Nilifurahia sana kusaidia katika hili, lakini baadaye nikajikuta katikati ya mjadala. Licha ya baraka za Bwana kwenye kazi yake, niliondolewa kwenye madhabahu, Kwa kuingia, nilijihisi mwanzoni kuwa na uchungu kwa sababu sikuwa na kitu cha kufanya kuhusiana na mpasuko wahaya makanisa mawili. Matamanio yangu yalikuwa kulisaidia kanisa bila ya uwepo wa mchungaji. Kwa kadri niliporejea nyuma kuuona uamuzi huu, hata hivyo, na kuanza mwenyewe kujiweka kwenye viatu vya uongozi wa dhehebu lao la asili. Nilianza kutambua kwamba kwa nini walichagua njia hii. Mpasuko wa kanisa ilikuwa imechafuliwa. Dhehebu kwa lugha rahisi lilikuwa likijilinda lenyewe kutoka kwenye matatizo yatakayojitokeza. Kwa kutambua huu mtazamo ilinisaidia mimi kuwa na tabia nzuri mbele yao.

Nilitaka kuangalia nyuma katika nyakati nilipokuwa mtoto. Unakumbuka jinsi usivyo kuwa muungwana na ilivyokuwa ngumu kwako ulivyowafikiria wazazi wako wakati walipohitaji vitu fulani kutoka kwako au ulihitaji muda maalumu wa kufanya vitu ulivyo vifurahia? Tunapokuwa wakubwa na kuwa na watoto wetu, tunatambua hakika kwa nini wazazi walifanya vitu walivyovifanya. Sio mpaka tunakutana na hali inayofafanana na ile ya watoto wetu ndipo tutambue kwa nini wazazi wetu walifanya maamuzi haya.

Chukua muda kujaribu kuangalia kwenye mtizamo ya wale wanaotambua kuwa maadui zako. Unaweza kushtuka kugundua kwamba unakubalina na wazo na matendo yake. Sehemu kubwa ya mchakato wa uponyaji ni kujaribu kutambua maono ya kaka na dada.

{1 Kor. 4:5 NIV} Basi ninyi msihukumu neno kabla ya wakati wake, hata ajapo Bwana ambaye atayamulikisha yaliyositirika ya giza, na kuyadhihirisha mashauri ya moyo, ndipo kila mtu atakapoipata sifa yake kwa Mungu.

Mtume Paulo anatuambia sisi katika mstari huu kwamba kuzihukumu shauku na makusudio haihusiki na sisi bali Mungu.hakuna hata mmoja wetu ambaye anajua shauku ya ukweli ya matendo ya kaka au dada. Mafafanuzi ya Mathayo Henry anasema haya kwa kuhukumu hamasa za mtu yeyote.

Tunajifanya wenyewe kama viongozi wa ndugu zetu na kufanya kwa dhamira ya kukifunika kiti cha enzi cha Mungu.Wakati tunajichukulia sisi kuwahukumu, hasa kuzihukumu fikra zao na dhamira zao, ambazo ziko nje ya mawazo yetu {Henry, Mathayo, Mathayo Henry Comentary ya Biblia Nzima, Vol V1, Acts of Reveltion, New Jersy: Fleming H. Revell Campany, Pg. 475.}

Kuzihukumu shuku za moyo na dhamira za wanadamu wenzetu ni kuchukua nafasi ya Mungu.Ni Mungu pekee ana haki ya kuhukumu hizi dhamira kwa sababu ndiye pekee anayeweza kuona ndani ya moyo wa mwanadamu. Mara chache, hata hivyo, tunawahukumu ndugu zetu kulingana na kile tulichokitambua kuwa ilikuwa dhamira yake. Tunakuwa wepesi kusema kwamba maadui zetu wanatenda kupitia uchungu, uchoyo na hasira, lakini, je, hakika tunayajua haya? Je, kama ingekuwa tumewahukumu kimakosa maadui zetu? Ni Mungu pekee anayejua shauku yake. Sio kwa ajili yetu kuhukumu kitu ambacho hatukijui. Ni muhimu sana tukishughulikia hizo tabia za kuhukumu hukumu.

Usimhukumu adui yako kwa kile ambacho huna njia ya kukithibitisha. Kama umekuwa mkosaji w hili hebu na uikiri kama dhambi kwa Mungu. Kama Paulo alivyosema katika 1Kor 4:5 "Basi msihukumu neno kabla ya wakati wake" Subiri hata ajapo Bwana, atayamulikisha kwenye mwanga ambayo yako gizani na kuyadhihirisha mashauri ya moyoni ya watu wake (NIV) Unapojikuta mwenyewe ukizihukumu shauku na dhamira ya ndugu au dada yako, kiri hili kwa Mungu na mwombe akupe neema yake ili aliache hili mikononi mwake.

SAMEHE

Ina mana gani kusamehe ndugu yako? Wakati mtu fulani atakuchukiza, Hujiweka wao kwenye wadai. Kuwasamehe watu kama huyo ni kuwatoa kutoka kwenye deni lolote ambalo wanaweza kukudai kwa sababu ya hayo maumivu au matatizo waliyo sababisha. Unapowaacha huru, uko kwenye uhakika unasema, "Siwezi kamwe kukuuliza wewe kukulipa kwa kile ulichokifanya dhidi yangu." Hii haina maana kwamba sasa hujisikii maumivu kwa kile ulichougua Hapana pia, hii haina maana kwa kukosa uzoefu amini kwamba huwezi ukafanya kitu hicho tena. Unaweza kuchukua tahadhali za kutosha kuhakikisha kuwa dada au kaka yako hatarudia kosa lake tena. Kama ni kwa ukweli umesamehewa, hata hivyo, utawahudumia kana kwamba hawajafanya kosa dhidi yako. Matendo yao kwako haitaambukiza namna gani upendo wako wa kuwajali wao. Kumfanya mtu awajibike kwetu kwa kile alichokifanya ni kwa kujishikiza wenyewe kwao. Kuna watu wengi sana ambao wamekandamizwa chini wakidai kuwa watu kuwalipa kwa kile walichofanya kwao kwamba hawawezi kukisogeza mbele wenyewe. Mojawapo ya hatua muhimu kuelekea kuponywa kutokana na mpasuko ya kanisa ni kuwaweka huru kaka na dada kutokana na madeni tunayoyatambuawanayo tudai sisi. Kuwaacha huru wao ni kwa sisi kujiweka huru kwenye sehemu ambayo Bwana anayo kwa ajili yetu.

KATAA MAWAZO YA KINYUME NA FIKRA:

Usiruhusu mwenyewe kuchukua marupurupu ya kuwa na fikra mbovu na kuzungumza maneno ya kumshitaki ndugu yako. Moja ya mbinu ambazo adui huzijaribu kutupata sisi ni kuangalia tofautu zetu. Hufurahia kutuona sisi tunazungumza tofauti kuhusiana na wale waliotujeruhi sisi. Anapokuwa amefaulu kwa kukupata wewe kufikiri tofauti kuhusiana na ndugu yako, hatua ya pili itakuwa ni kukuchukua kuzungumza fikra zako kwa wengine. Mtume Paulo anatupatia sisi ushuri kwenye:

{Wafilipi 4:8 ESV} Hatimaye, Ndugu zangu, mambo yoyote yaliyo ya kweli, yoyote yaliyo ya staha, yoyote yaliyo ya haki, yoyote yaliyo ya safi, yoyote ya kupendeza, yoyote yenye sifa njema, ukiwapo wema wowote, ikiwapo sifa nzuri yoyote, yatafakarini hayo Kama sumu, fikra na fikra za chuki zinaweza kusambaa kutoka mtu mmoja kwenda kwa mwingine mpaka kanisa zima linajikuta limeambukizwa na tabia mbaya. Kazi ya Mungu itakuwa imekwazwa kwa sababu ya hii sumu. Watu wanajeruhiwa kwenye mchakato na Jina la Yesu halipewi sifa. Usiwe mwajibikaji wa kuzungumza huu uchungu kupitia kanisa na jamii yako. Kataa hizi fikra na tabia wakati unapokumbana nazo kwa mara ya kwanza. Kuyaweka kichwani kwa muda mrefu ni kuthibitisha kwamba kwa hakika hujamsamehe ndugu yako. Kwa hali halisi bado unamtaka bado kulipa kwa ndugu yako lakini itakuvuta kwenda chini kiroho. Mwombe Bwna akusaidie wewe kuelekeza akili yako kwenye mambo mazuri.

Mara nyingi tumekuwa tukipewa uzito mwepesi na upande unaopinga mipasuko na migawanyiko kanisani na kushindwa kujua jinsi Mungu alivyojidhihirishia mazuri toka kwenye uovu. Mpasuko wa kanisa unaweza ukazaa kanisa jingine mahali ambapo uwepo w Mungu unajithibitisha katika namna nzuri totauti tofauti. Kanisa linaweza kukua haraka. Kunaweza kuwa na ukuaji wa haraka wa kiroho na urejesho wa kutisha ambao Bwana anaweza kuufanya katikati yao. Watu watakuja kwa Bwana

Na huduma mbalimbali zitakuwa maalum zimebarikiwa. Katikati ya hili, hata hivyo, Kutakuwa na wale ambao bado wameng'anga'nia yale yaliyopita. Hawajayasahau kabisa maumivu yaliyopita ya mpasuko kutoka kanisa la mwanzo, Hawawezi kufurahia kwenye upanuzi wa ufalme wa Mungu na kazi aliyoichagua kuifanya. Kuna watu ambao hujihusisha na matatizo ya nyuma ambao huwa hawafurahii Baraka za sasa. Je, wewe pia uko katika hali hiyo? Simama kwa muda na ujitizame. Fikiria Baraka za Bwana, anatwambia sisi kuwa vitu vyote hufanya kazi vizuri kama utampenda Mungu {angalia Rumi 8:28}. Ni mambo yapi Mazuri ambayo Mungu ameyakamilisha? Orodhesha baraka. Wakati unajaribiwa kuhusika na upande unaopinga, fikiria baraka za Mungu. Badala ya kukatishwa tamaa, chukua muda kidogo wa kumsifu Bwana kwa uzuri wake na ukuu katika mazingira yako. Ni vigumu kukaa umekatishwa tamaa wakati unauona ushahidi wa Mungu wa mambo mazuri kwenye nyakati zetu ngumu.

CHUKUA JAZBA ZAKO MWENYEWE

Unapokuwa umelihama kanisa lako, Chukua jazba zako mwenyewe. Mara nyingi wakati uwepo wa kimwili umeondoka, Tunaondoa jazba zetu kwenye kanisa la kwanza. Haijawez kuacha kunishangaza mimi kwa kuona watu waliobadili ambao waliliacha kanisa wanaweza kuliendea kanisa wakati kanisa hilo waliloliacha likifanya maamuzi wasiyoyataka. Kanisa chini ya mtaalaweza kufanya maamuzi yanayofanana nah ii haitawaudhi wao kwenye mpangilio. Tatizo hapa ni kwamba hawajakata mahusiano kikamilifu na kanisa lao la kwanza. Je, umegundua kwamba unao wagonjwa zaidi ambao ni watoto wa mtoto mwingine kuiiko wewe?

Sababu ya hili inaweza kuhusiana na kushikamana na mihemko na watoto wetu. Tunachukua kile ambacho watoto wetu wanafanya binafsi. Na tunahisi kuwa hawa wanafanya kwa niaba yetu. Wanatuwakilisha sisi kweye tabia za kutotawaliwa. Tunatiwa hasira kwa sababu kile wanachokifanya kinatuakisi sisi.

Katika njia hiyo, tunakuwa tumejiambatanisha kimhemko na kanisa letu. Hivyo, kile ambacho kanisa litafanya hutuakisi sisi. Kitu kigumu sana wakati tunaondoka kwenye kanisa ni kuondoka pamoja na mihemuko iliyojishikiza kwetu. Hata kama kwa sasa sisi ni washiriki wa kanisa jingine bado hujihisi kwamba matendo ya kanisa na zamani hutuakisi sisi. Hii hutupelekea kwenye uchungu na hasira.

Kuuhamishia wajibu wako wa mhemko kwenye kanisa jipya mara nyingi sio jambo rahisi, hasa, kama unazo kumbukumbu ulizozipenda za kanisa na washiriki wake. Ni lazima, hata hivyo, Kupata uponyaji kikamilifu. Hii haina maana kwamba mazuri uliyoyazoea katika kanisa lako la zamani. Ni vizuri kukumbuka kwa shukrani, Baraka za nyuma, lakini uikomee hapo. Mpango wa Mungu bado unafanya kazi nyakati hizi. Utakuwa pia na mengi ambayo utamsifu Bwana.

Hata kama ni lazima kuwaweka watoto wetu huru wakati watakapoufikia umri wa utu mzima, tutatakiwa kuzikabidhi hatamu kwa wale wanaobaki katika kanisa la zamani. Hatuwajibiki tena na kile wanachokifanya. Matendo yao hayaakisi tena kwetu. Kama watoto wetu wale walioacha kiota wakati bado tunawajibika, na wakati maombi yetu yako pamoja nao, watawajibika sasa kwa matendo yao.

Kuna nyakati ambazo huwa tunahitaji kupiga hatua nyuma ili kutoka kwenye tatizo ambalo linatakuwa kubwa zaidi. Wakati mwingine tunakuwa na wakati mgumu wa upendo toka kwa wale waliotukosea Kwa uponyaji kuchukua nafasi, ni muhimu kujiuliza mwenyewe swali, "Ni kwa namna gani Bwana anawaangalia kaka na dada zangu ambao walinikosea mimi?" Je, ameacha kuwapenda? Je, haja endeleza msamaha na huruma kwao pia kwako na mimi?"

Kuwaona kaka na dada zetu kama Kristo anavyowaona ni sehemu kubwa sana ya uponyaji. Inahitaji kiasi kikubwa sana cha kujitoa kwa upande wetu kuzikataa fikra hatari na potofu na kukiri haya kwa Mungu. Inaweza kuhitaji maombi mengi na kumtafuta Mungu kwa uwezo wa kuwaona wale waliotukosea sisi kupitia macho yetu. Mungu anatutarajia sisi kukimeza kiburi chetu na kuchagua kupenda kwani hata yeye anapenda, kusamehe kama yeye asemehevyo, kubariki kama yeye abarikivyo.

TAFUTA MEMA KWA WALE WALIOKUKOSEA:

Yeremia 29 inajumuisha nakala ya barua ambayo nabii aliituma kwa wale waliokwenda uhamishoni huko Babeli. Hao watu walikuwa katika nyakati za mateso ya kutisha ardhi na nyumba zao zilikuwa zimetwaliwa kutoka kwao. Walikuwa wameondolewa kutoka kwenye adhi yao na kuchukuliwa kwa nguvu kwenda kwenye nchi ya kigeni ambako walichukuliwa kama wafungwa. Kulikuwa na kiasi kikubwa sana cha uchungu kwenye mioyo yao dhidi ya maadui zao Wababeli. Huko uhamishoni, Yeremia anaandika:

{Yeremia 29:4-7 NIV} {4} Bwana wa Majeshi, Mungu wa Israel, awaambia hivi watu wote waliochukuliwa mateka, Niliwafanya wachukuliwe toka Yerusalemu mpaka Babeli {5} jengeni nyumba, mkakae ndani yake, kapandeni bustani, mkale matunda yake. {6} Oeni wake, Mkazae wana na binti, Kawaozeni wake wana wenu, Mkawaoze waume binti zenu, wazae wana na binti, mkaongezeke huko wala msipungue. {7} Kautakieni amani mji ule ambao nimewafanya mchukuliwe mateka, Mkauombee kwa Bwana, kwa maana katika kustawi kwake mji huo ninyi mtapata kustawi."

Mungu alitarajia kwamba watu wake watakuwa raia wa mfano katika nchi ya uhamishoni. Walitakiwa kutafuta amani na ustawi kwenye miji ya adui zao, kwa kustawi kwo hata wao wangestawi. Hili ni somo ambalo hatutakiwi kulikosa. Neno la mungu linatusihi sisi kuwapenda maadui zetu {angalia Mathayo 5:43} Yeremia anawaambia watu wake kuw watastawi tu hadi hapo watakapowabariki maadui zao. Tabia za kinyume ambazo tunazo kwa wale waliotukosea zitalet tu umaskini wa kiroho. Je, unataka kukua kiroho? Hebu tupilia mbali uchungu na kiburi. Mwombe Bwana ni nini utafanya katika kuyatafuta mazuri ya adui zako. Mwombe akufunulie macho yako kwa ajili ya mahitaji yao na kuyapata kwa upendo. Waombee na tafuta utajiri wa

Mungu kwa ajili ya kuwabariki wao. Wewe sio peke yake kati ya wale wanaoumia. Pia na wao wanahisi maumivu ya utengano na mgawanyiko. Fanya hili liwe hitaji lako kwa kuwaona wamepona na kupata urejesho mpya ili wawe chombo kile ambacho Mungu anawatake wawe. Fanya haya kwa nguvu ya Baraka alizotoa Bwana. Achilia upendo wake ukujaze wewe na kutiririka. Acha umwagike kama mafuta na kwa wale waliokukosea wewe. Hii ndiyo njia pekee ya kupata uponyaji uliokamilika katika maisha yako, katika maisha ya kanisa, na katika maisha ya wale waliokukosea ewe.

KWA KUFIKIRIA:

Ni kwa kiasi gani kuutambua mtazamo wa kaka na dada zetu hutusaidia sisi kuwa wenye baraka na wanaosamehe?

Ni kwa namna gani roho ya kutokusamehe humjeruhi mtu ambaye amekataa kusamehe?

Je, umewahi daima kuchagua kujihusisha na mawazo yaliyo kinyume kuhusiana na dada na kaka? Hiki kinasema nini kuhusiana na kile unachofikiri juu yao?

Kuna umuhimu gani wa kuhamisha utii wetu wa kimhemuko? Kuna tofauti gani kati ya kuhusika na kaka au dada ambao umeambatanishwa kimhemko kwao?

Ni kwa namna gani kutafuta mazuri kwa ndugu ambaye aitukosea sisi huleta uponyaji kwa yeye na sisi?

KWA MAOMBI

Chukua muda kidogo kumwomba Mungu achunguze moyo wako kwa kitu chcochote ambacho sio fikra za neema kuhusiana na kaka au dada ambaye alikukosea wewe siku za nyuma. Mwombe akupe neema ya kusamehe.

Mwombe Bwana akusaidie dada au kaka kama Yeye anavyowaona.

Mwombe Bwana kukuweka huru kutokana na mihemuko iliyokufunga isiyo na afya kwa wale walio kuumiza. Mwombe akuonyeshe wewe uwiano kati kuhusika na mihemuko isiyo na afya iliyokufunga.

Je, umewahi kukosewa na mtu yeyote au kuumizwa na hali fulani katika maisha? Chukua muda kidogo kumshukuru Bwana ambaye ni Mungu mwenye enzi zote aliyeahidi kufanyia kazi vitu vyote kwa ajili ya mema ya kwetu. Mwombe Yeye afungue macho yako kwa ajili ya mema ambayo atayakamilisha kupitia hali ya mambo yako.

Milton Keynes UK
Ingram Content Group UK Ltd.
UKHW032221231124
451423UK00014B/1321